# Rocket
## Tên lửa

# Blanket
## Chăn

# Spider
## Nhện

# Gloves
## Găng tay

# MY FiRST 446 WORDS iN ViETNAMESE
## VIETNAMESE-ENGLISH

# Soccer
## Bóng đá

# Tomato
## Cà chua

# Bread
## Bánh mì

# Bird
## Chim

## Vietnamese-English Book for Bilingual Children

# MỤC LỤC

# MỤC LỤC

# Animals - Động vật

**Dog** - Chó

**Cat** - Mèo

**Horse** - Ngựa

**Cow** - Bò

**Pig** - Lợn

**Sheep** - Cừu

**Goat** - Dê

**Rabbit** - Thỏ

**Mouse** - Chuột

Thỏ nhảy qua cánh đồng xanh.

Con chó chạy nhanh lắm.

Lợn màu hồng.

# Animals - Động vật

**Squirrel** - Sóc

**Bird** - Chim

**Duck** - Vịt

**Chicken** - Gà

**Turkey** - Gà tây

**Pigeon**
Chim bồ câu

**Fish** - Cá

**Whale** - Cá voi

**Dolphin** - Cá heo

Cá heo **bơi dưới nước sâu.**

Sóc **trèo lên cây cao.**

Gà **ăn hạt ngô vàng.**

# Animals - Động vật

**Elephant -** Voi | **Giraffe** Hươu cao cổ | **Bear -** Gấu

**Monkey -** Khỉ | **Lion -** Sư tử | **Shark -** Cá mập

**Octopus** Bạch tuộc | **Crab -** Cua | **Snail -** Ốc sên

Bạch tuộc có tám chân.

Khỉ leo trèo rất nhanh.

Voi ăn trái cây lớn.

# Animals - Động vật

**Ant** - Kiến

**Bee** - Ong

**Butterfly** - Bướm

**Penguin**
Chim cánh cụt

**Snake** - Rắn

**Fox** - Cáo

**Wolf** - Sói

**Koala** - Gấu túi

**Spider** - Nhện

Kiến đi thành hàng dài.

Gấu túi thích ăn lá cây.

Rắn bò qua cỏ xanh.

# Family Tree - Cây gia đình

Bà nội kể chuyện cho cháu nghe.

Chị gái giúp em làm bài tập.

Cha dạy con học bài.

# Fruits - Trái cây

**Apple** - Táo

**Banana** - Chuối

**Strawberry**
Dâu tây

**Orange** - Quả cam

**Grapes** - Nho

**Pineapple** - Dứa

**Kiwi** - Kiwi

**Cherry**
Anh đào

**Avocado** - Bơ

Anh đào đỏ trông đẹp mắt.

Chuối chín vàng rất ngon.

Nho tím ngọt và mát.

# Fruits - Trái cây

**Watermelon**
Dưa hấu

**Raspberry**
Mâm xôi

**Lemon** - Chanh

**Plum** - Mận

**Pear** - Lê

**Apricot** - Mơ

**Mango** - Xoài

**Fig** - Vả

**Coconut** - Dừa

Dưa hấu mát lạnh vào mùa hè.

Xoài vàng thơm ngon và ngọt.

Mận chín có vị chua ngọt.

# Vegetables - Rau củ

**Carrot -** Cà rốt

**Zucchini**
Bí ngòi

**Bell pepper**
Ớt chuông

**Tomato**
Cà chua

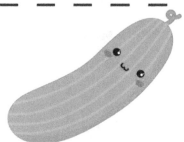

**Cucumber**
Dưa leo

**Eggplant**
Cà tím

**Broccoli**
Súp lơ

**Cabbage**
Bắp cải

**Peas**
Đậu Hà Lan

Bắp cải có nhiều lá xanh.

Dưa leo giòn và mát lạnh.

Cà rốt rất tốt cho mắt.

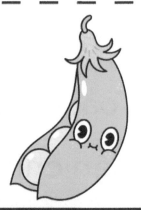

# Vegetables - Rau củ

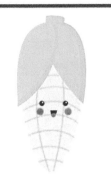

**Corn** - Ngô

**Onion** - Hành

**Potato**
Khoai tây

**Spinach**
Rau chân vịt

**Turnip**
Củ cải

**Mushroom**
Nấm

**Artichoke**
Atisô

**Pumpkin**
Bí ngô

**Lettuce**
Xà lách

Xà lách được dùng để làm rau sống.

Khoai tây nướng rất ngon miệng.

Củ cải trắng dài và giòn.

# Jobs - Nghề nghiệp

**Nurse** - Y tá

**Firefighter**
Lính cứu hỏa

**Teacher**
Giáo viên

**Gardener**
Người làm vườn

**Artist** - Nghệ sĩ

**Hairdresser**
Thợ cắt tóc

**Police Officer**
Cảnh sát

**Baker**
Thợ làm bánh

**Actor**
Diễn viên

Thợ làm bánh nướng bánh mì thơm ngon.

Người làm vườn trồng cây và hoa.

Lính cứu hỏa mang trang phục bảo hộ.

# Jobs - Nghề nghiệp

**Scientist**
Nhà khoa học

**Chef -** Đầu bếp

**Doctor -** Bác sĩ

**Carpenter**
Thợ mộc

**Farmer**
Nông dân

**Astronaut**
Phi hành gia

**Veterinarian**
Bác sĩ thú y

**Painter -** Họa sĩ

**Banker**
Nhân viên ngân hàng

Đầu bếp chuẩn bị nguyên liệu tươi mới.

Họa sĩ vẽ tranh đẹp bằng màu sắc.

Thợ mộc làm đồ gỗ bằng tay.

# Clothes - Quần áo

**Shirt** - Áo sơ mi

**Pants** - Quần

**Hat** - Mũ

**Skirt** - Váy

**Scarf**
Khăn quàng

**Tie** - Cà vạt

**Belt** - Thắt lưng

**Gloves** - Găng tay

**Jacket** - Áo khoác

Khăn quàng **ấm áp trong mùa đông.**

Áo sơ mi **trắng rất lịch sự.**

Găng tay **giúp giữ ấm tay.**

# Clothes - Quần áo

**Shoes** - Giày

**Dress** - Váy đầm

**Watch** - Đồng hồ

**Coat** - Áo choàng

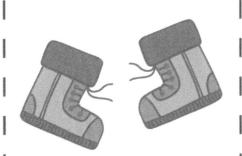

**Boots** - Giày ống

**Sandals** - Dép

**Cap**
Mũ lưỡi trai

**Socks** - Tất

**Wallet** - Ví

Mũ lưỡi trai che nắng rất tốt.

Giày ống giúp bảo vệ chân.

Váy đầm hoa rất xinh xắn.

# Body parts - Các bộ phận cơ thể

 **Head** - Đầu

 **Hair** - Tóc

 **Face** - Mặt

 **Eyes** - Mắt

**Nose** - Mũi

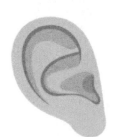 **Ear** - Tai

 **Mouth** - Miệng

**Tooth** - Răng

 **Tongue** - Lưỡi

Mũi của em bé rất đáng yêu.

Miệng của trẻ cười rất tươi.

Đầu của bé tròn và nhỏ.

# Body parts - Các bộ phận cơ thể

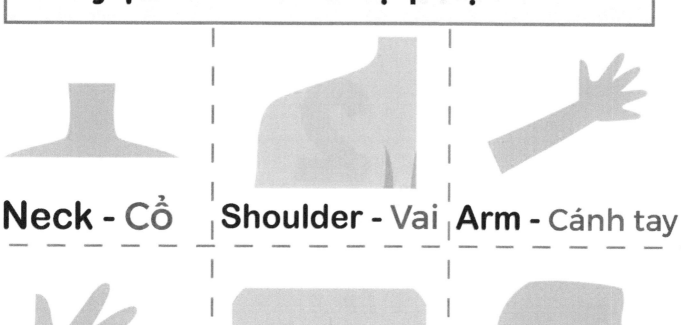

**Neck** - Cổ | **Shoulder** - Vai | **Arm** - Cánh tay

**Hand** - Bàn tay | **Chest** - Ngực | **Stomach** - Bụng

**Back** - Lưng | **Leg** - Chân | **Foot** - Bàn chân

Bàn chân của bé đi giày nhỏ.

Cổ của bé có khăn quàng.

Bàn tay của bé cầm bút.

# Numbers - Số

**One** - Một

**Two** - Hai

**Three** - Ba

**Four** - Bốn

**Five** - Năm

**Six** - Sáu

**Seven** - Bảy

**Eight** - Tám

**Nine** - Chín

Tám bông hoa trong vườn.

Hai con mèo đang chơi.

Bốn quả táo trên bàn.

# Numbers - Số

**10**

**Ten - Mười**

**11**

**Eleven - Mười một**

**12**

**Twelve - Mười hai**

**13**

**Thirteen - Mười ba**

**14**

**Fourteen - Mười bốn**

**15**

**Fifteen - Mười lăm**

**16**

**Sixteen - Mười sáu**

**17**

**Seventeen - Mười bảy**

**18**

**Eighteen - Mười tám**

Mười một quả bóng màu sắc.

Mười bảy ngôi sao trên trời.

Mười bốn con bướm bay.

# Kitchen - Nhà bếp

**Spoon** - Muỗng

**Knife** - Dao

**Fork** - Nĩa

**Cup** - Cốc

**Bowl** - Bát

**Glass** - Ly

**Blender**
Máy xay sinh tố

**Plate** - Đĩa

**Microwave**
Lò vi sóng

Máy xay sinh tố làm nước trái cây.

Bát đựng cơm ngon.

Muỗng để ăn cháo.

# Weather - Thời tiết

| | | |
|---|---|---|
| **Cloudy** - Có mây | **Rainy** - Mưa | **Windy** - Có gió |

**Sunny** - Nắng | **Hot** - Nóng | **Cold** - Lạnh

**Snow** - Tuyết

**Rainbow**
Cầu vồng

**Thunderstorm**
Giông bão

Cầu vồng đẹp sau cơn mưa.

Nắng chiếu sáng buổi sáng.

Có mây trên bầu trời.

# Planets - Các hành tinh

**Sun** - Mặt trời

**Mercury** - Sao Thủy

**Venus** - Sao Kim

**Earth** - Trái đất

**Mars** - Sao Hỏa

**Jupiter** - Sao Mộc

**Saturn** - Sao Thổ

**Uranus**
Sao Thiên Vương

**Neptune**
Sao Hải Vương

Trái đất có nước và cây xanh.

Sao Thủy là hành tinh nhỏ.

Sao Thổ có vành đai lớn.

# Sports - Thể thao

**Soccer** - Bóng đá

**Basketball**
Bóng rổ

**Tennis** - Quần vợt

**Yoga** - Yoga

**Volleyball**
Bóng chuyền

**Baseball**
Bóng chày

**Skateboarding**
Trượt ván

**Swimming**
Bơi lội

**Cycling** - Đạp xe

Bóng đá là trò chơi thú vị.

Quần vợt cần một cây vợt.

Bơi lội giúp cơ thể khỏe mạnh.

# The senses - Các giác quan

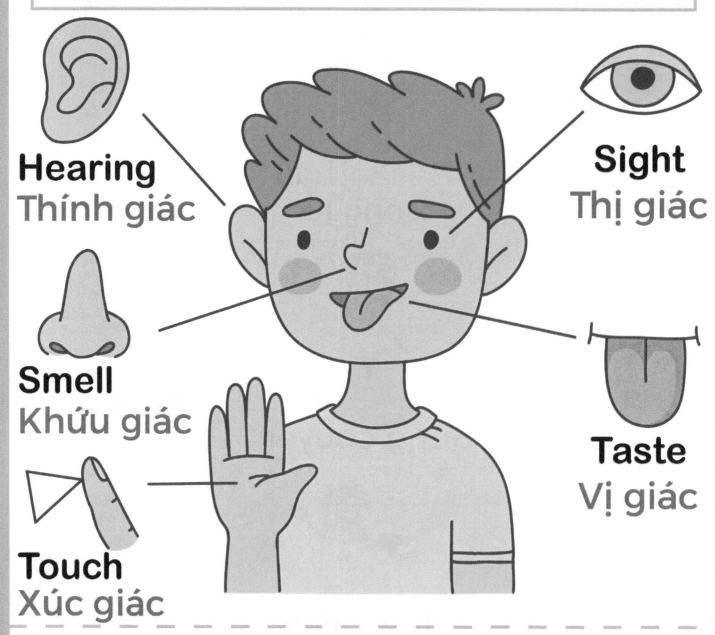

**Hearing**
Thính giác

**Sight**
Thị giác

**Smell**
Khứu giác

**Taste**
Vị giác

**Touch**
Xúc giác

Thính giác giúp nghe âm thanh.

Khứu giác giúp ngửi mùi hương.

Xúc giác giúp cảm nhận đồ vật.

Thị giác giúp nhìn thấy màu sắc.

Vị giác giúp nếm thức ăn.

# Months - Các tháng

Tháng Một

Tháng Hai

Tháng Ba

Tháng Tư

Tháng Năm

Tháng Sáu

Tháng Bảy

Tháng Tám

Tháng Chín

Tháng Mười

Tháng Mười Một

Tháng Mười Hai

# Farm - Trang trại

**Tractor** - Máy kéo

**Goose** - Ngỗng

**Donkey** - Lừa

**Barn** - Kho thóc

**Hay** - Rơm

**Honey** - Mật ong

**Egg** - Trứng

**Milk** - Sữa

**Cheese** - Phô mai

Phô mai **ăn với bánh mì.**

Mật ong **ngọt và thơm.**

Ngỗng **bơi trong ao lớn.**

28

# Farm - Trang trại

**Butter - Bơ**

**Windmill**
Cối xay gió

**Truck - Xe tải**

**Stable**
Chuồng ngựa

**Farmer**
Nông dân

**Sunflower**
Hoa hướng dương

**Scarecrow - Bù nhìn**

**Beehive - Tổ ong**

**Nuts - Hạt**

Hoa hướng dương hướng về mặt trời.

Bù nhìn đứng giữa cánh đồng.

Cối xay gió quay trong gió.

# Geography - Địa lý

**Mountain -** Núi

**Beach -** Bãi biển

**Ocean -** Đại dương

**Lake -** Hồ

**Island -** Đảo

**Forest -** Rừng

**Desert -** Sa mạc

**Volcano -** Núi lửa

**Coast -** Bờ biển

Sa mạc có cát và nắng nóng.

Rừng có nhiều cây cao lớn.

Bãi biển có cát trắng mịn.

# Shapes - Hình dạng

**Square** - Vuông

**Triangle**
Tam giác

**Circle** - Tròn

**Rectangle**
Chữ nhật

**Pentagon**
Ngũ giác

**Oval**
Bầu dục

**Cube**
Lập phương

**Star** - Sao

**Hexagon**
Lục giác

Hình vuông có bốn cạnh bằng nhau.

Hình lập phương có sáu mặt.

Hình chữ nhật dài và rộng.

# School - Trường học

**School**
Trường học

**Student** - Học sinh

**Notebook**
Quyển vở

**Pencil** - Bút chì

**Book** - Sách

**Desk** - Bàn học

**Chalk** - Phấn

**Calculator**
Máy tính

**Eraser** - Tẩy

Máy tính giúp làm toán dễ dàng.

Bút chì dùng để viết và vẽ.

Trường học là nơi để học.

# School - Trường học

**Schoolbag**
Cặp sách

**Chair** - Ghế

**Pen** - Bút

**Ruler**
Thước kẻ

**Scissors** - Kéo

Glue - Hồ dán

**Maths** - Toán học

**Exam** - Kỳ thi

**Library**
Thư viện

Kỳ thi giúp kiểm tra kiến thức.

Hồ dán giúp dán giấy lại với nhau.

Thước kẻ dùng để đo và vẽ.

# Colors - Màu sắc

**Red** - Đỏ

**Yellow** - Vàng

**Blue**
Xanh dương

**White** - Trắng

**Black** - Đen

**Brown** - Nâu

**Green**
Xanh lá cây

**Orange** - Cam

**Purple** - Tím

Cam là màu của quả cam và hoa.

Trắng là màu của mây và tuyết.

Vàng là màu của mặt trời.

# Weekdays - Các ngày trong tuần

| 1 MONDAY | 2 TUESDAY | 3 WEDNESDAY |
|---|---|---|
| Thứ Hai | Thứ Ba | Thứ Tư |

| 4 THURSDAY | 5 FRIDAY | 6 SATURDAY |
|---|---|---|
| Thứ Năm | Thứ Sáu | Thứ Bảy |

**7 SUNDAY**

Chủ Nhật

---

Thứ Hai là ngày đầu tuần.

Thứ Ba là ngày có thể chơi ngoài trời.

Thứ Tư là ngày giữa tuần.

Thứ Năm có thể đi chơi công viên.

Thứ Sáu là ngày trước cuối tuần.

Thứ Bảy có thể đi mua sắm.

Chủ Nhật là ngày nghỉ ngơi.

# Transportation
## Phương tiện giao thông

**Car** - Xe hơi

**Bus** - Xe buýt

**Train** - Tàu hỏa

**Bicycle** - Xe đạp

**Motorcycle**
Xe máy

**Airplane**
Máy bay

**Boat** - Thuyền

**Submarine**
Tàu ngầm

**Rocket**
Tên lửa

Xe đạp có hai bánh và dễ lái.

Xe hơi đi nhanh trên đường.

Tên lửa bay lên cao trên trời.

# Food - Thực phẩm

**Bread -** Bánh mì

**Croissant**
Bánh sừng bò

**Vegetables**
Rau củ

**Salad -** Salad

**Pasta -** Mì ống

**Rice -** Cơm

**Chocolate**
Sô cô la

**French fries**
Khoai tây chiên

**Yogurt**
Sữa chua

Bánh mì thơm ngon với bơ và phô mai.

Sô cô la ngọt và có thể ăn với bánh.

Salad có rau tươi và cà chua.

# Drinks - Đồ uống

**Water -** Nước

**Orange juice**
Nước cam

**Lemonade**
Nước chanh

**Tea -** Trà

**Coffee -** Cà phê

**Milk -** Sữa

**Hot chocolate**
Sô cô la nóng

**Almond milk**
Sữa hạnh nhân

**Apple juice**
Nước táo

Cà phê giúp tỉnh táo vào buổi sáng.

Sữa hạnh nhân có vị nhẹ và thơm.

Nước cam có vị chua và ngọt.

# Feelings - Cảm xúc

**Sad** - Buồn

**Excited** - Hào hứng

**Happy** - Hạnh phúc

**Afraid** - Sợ hãi

**Disgusted** Ghê tởm

**Tired** - Mệt mỏi

**Calm** - Bình tĩnh

**Surprised** Ngạc nhiên

**Bored** - Chán nản

Bình tĩnh **giúp giải quyết vấn đề dễ dàng.**

Hào hứng **khi được đi chơi công viên.**

Sợ hãi **khi thấy bóng tối.**

# House - Ngôi nhà

**Door** - Cửa

Window - Cửa sổ

**Kitchen**
Nhà bếp

**Sofa** - Ghế sofa

**Table** - Bàn

**Bedroom**
Phòng ngủ

**House**
Ngôi nhà

**Bathroom**
Phòng tắm

**Living room**
Phòng khách

Cửa sổ **để ánh sáng vào phòng.**

Ngôi nhà **có vườn hoa xinh đẹp.**

Bàn **trong phòng ăn rất rộng.**

# Seasons of the year
## Các mùa trong năm

**Spring** - Mùa xuân

**Summer** - Mùa hè

**Autumn** - Mùa thu

**Winter** - Mùa đông

Mùa xuân có hoa nở đẹp.

Mùa hè trời nắng và nóng.

Mùa thu lá vàng rơi rụng.

Mùa đông có tuyết và lạnh.

# Trip - Chuyến đi

**Adventure**
Cuộc phiêu lưu

**Destination**
Điểm đến

**Tourist**
Khách du lịch

**Passport**
Hộ chiếu

**Suitcase**
Va li

**Airport**
Sân bay

**Hotel**
Khách sạn

**Culture**
Văn hóa

**Souvenirs**
Quà lưu niệm

Cuộc phiêu lưu rừng xanh thật tuyệt vời.

Hộ chiếu rất quan trọng khi du lịch.

Khách sạn gần biển rất đẹp.

# Store - Cửa hàng

**Stock**
Hàng hóa

**Customer**
Khách hàng

**Basket**
Giỏ hàng

**Salesperson**
Nhân viên bán hàng

**Cashier**
Thu ngân

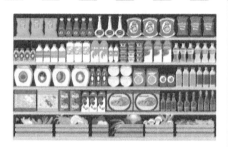

**Products**
Sản phẩm

**Promotions**
Khuyến mãi

**Price** - Giá

**Cart**
Xe đẩy hàng

Xe đẩy hàng giúp di chuyển đồ vật.

Hàng hóa được đóng gói cẩn thận.

Thu ngân tính tiền tại quầy.

# Insects - Côn trùng

**Dragonfly**
Chuồn chuồn

**Wasp**
Ong bắp cày

**Caterpillar**
Sâu bướm

**Ladybug**
Bọ rùa

**Grasshopper**
Châu chấu

**Fly** - Ruồi

**Mosquito** - Muỗi

**Spider** - Nhện

**Cockroach**
Gián

Ruồi thường bay quanh thức ăn.

Chuồn chuồn bay trên mặt nước.

Nhện dệt mạng trên cây.

# Birds - Các loài chim

**Eagle**
Đại bàng

**Parrot** - Vẹt

**Owl** - Cú

**Swan**
Thiên nga

**Peacock** - Công

**Toucan**
Chim toucan

**Crow** - Quạ

**Seagull**
Mòng biển

**Ostrich**
Đà điểu

Thiên nga có lông trắng và thanh thoát.

Đà điểu là loài chim lớn và nhanh.

Đại bàng bay cao trên bầu trời.

45

# Room - Phòng

**Bed** - Giường

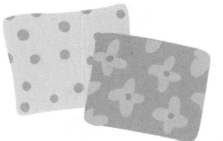

**Pillow** - Gối

**Blanket** - Chăn

**Lamp** - Đèn

**Wall** - Tường

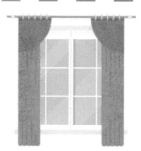

**Curtains**
Rèm cửa

**Alarm clock**
Đồng hồ báo thức

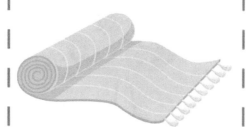

**Carpet** - Thảm

**Toy** - Đồ chơi

Thảm trải sàn mềm mại và ấm áp.

Tường được sơn màu xanh nhạt.

Giường có gối và chăn ấm.

# Bathroom - Phòng tắm

**Toilet** - Bồn cầu

**Shower**
Vòi hoa sen

**Mirror** - Gương

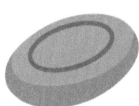
**Soap** - Xà phòng

**Towel** - Khăn tắm

**Toothbrush**
Bàn chải đánh răng

**Toothpaste**
Kem đánh răng

**Shampoo**
Dầu gội

**Faucet**
Vòi nước

Khăn tắm dùng để lau khô sau khi tắm.

Phòng tắm có vòi hoa sen và bồn tắm.

Dầu gội giúp làm sạch tóc.

# Bedtime - Giờ đi ngủ

**Sleep** - Ngủ

**Pajamas**
Bộ đồ ngủ

**Book** - Sách

**Dreams**
Giấc mơ

**Stars**
Các vì sao

**Moon** - Mặt trăng

**Hug** - Ôm

**Night** - Ban đêm

**Calm** - Bình tĩnh

Bộ đồ ngủ giúp bạn cảm thấy thoải mái.

Ban đêm là thời gian để nghỉ ngơi.

Giấc mơ có thể rất kỳ diệu.

# Ocean animals - Động vật biển

**Sea turtle**
Rùa biển

**Jellyfish - Sứa**

**Seahorse**
Cá ngựa

**Starfish**
Sao biển

**Seal - Hải cẩu**

**Squid - Mực**

**Shrimp - Tôm**

**Octopus**
Bạch tuộc

**Shark - Cá mập**

Rùa biển bơi chậm trong nước.

Hải cẩu thích chơi trên băng.

Bạch tuộc có tám cái tay.

# Theater - Nhà hát

**Actor**
Diễn viên

**Audience**
Khán giả

**Script**
Kịch bản

**Mask - Mặt nạ**

**Music**
Âm nhạc

**Narrator**
Người kể chuyện

**Comedy**
Hài kịch

**Makeup**
Trang điểm

**Dialogue**
Đối thoại

Diễn viên biểu diễn trên sân khấu.

Hài kịch làm mọi người cười vui.

Mặt nạ che mặt của diễn viên.

# Organs - Các cơ quan

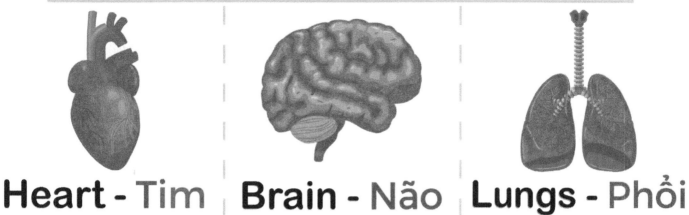

**Heart** - Tim    **Brain** - Não    **Lungs** - Phổi

 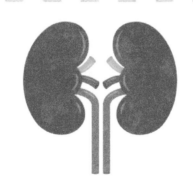 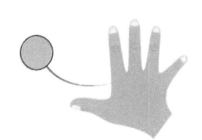

**Liver** - Gan    **Kidneys** - Thận    **Skin** - Da

**Blood** - Máu    **Bones** - Xương    **Muscles** - Cơ bắp

Xương giúp cơ thể đứng vững.

Thận giúp lọc máu và nước.

Tim bơm máu khắp cơ thể.

# Reptiles - Bò sát

**Crocodile**
Cá sấu

**Lizard**
Thằn lằn

**Snake** - Rắn

**Turtle** - Rùa

**Chameleon**
Tắc kè hoa

**Cobra**
Rắn hổ mang

**Dinosaurs**
Khủng long

**Reptiles** - Bò sát

Khủng long đã sống từ rất lâu.

Cá sấu sống trong đầm lầy.

Bò sát có da lạnh và vảy.

# Music - Âm nhạc

**Song** - Bài hát

**Melody** - Giai điệu

**Dance** - Nhảy múa

**Rhythm**
Nhịp điệu

**Concert**
Buổi hòa nhạc

**Piano**
Đàn piano

**Violin**
Đàn vi-ô-lông

**Guitar**
Đàn guitar

**Trumpet**
Kèn trumpet

Âm nhạc mang lại niềm vui cho mọi người.

Đàn guitar có thể chơi nhiều bản nhạc.

Đàn piano có phím trắng và đen.

# School subjects - Môn học

**Music -** Âm nhạc

**Art -** Mỹ thuật

**Science -** Khoa học

**Mathematics**
Toán học

**Computer Science**
Tin học

**Biology**
Sinh học

**History -** Lịch sử

**Geography**
Địa lý

**Chemistry**
Hóa học

Lịch sử kể về các sự kiện trong quá khứ.

Toán học dạy chúng ta cách tính toán.

Mỹ thuật giúp trẻ em sáng tạo.

# Animals - Động vật

**1** Đúng hay sai?

**Cừu**

**Mèo**

**Gà**

Đúng ☐  Sai ☐    Đúng ☐  Sai ☐    Đúng ☐  Sai ☐

---

**2** Nối từ bên trái với từ tương ứng bên phải.

Ngựa •          • Rabbit

Thỏ •           • Duck

Dê •            • Horse

Vịt •           • Goat

Sóc •           • Squirrel

Voi •           • Ant

Cua •           • Elephant

Kiến •          • Crab

**3** Hoàn thành các từ sau.

C___

G___ __i

___ ___ ___

___ ___ tử

___ ệ ___

___ ___ ê ___

# Family Tree - Cây gia đình

**1** Điền vào chỗ trống với từ đúng.

# Fruits - Trái cây

## 1 Nối từ với hình ảnh tương ứng.

 •      • Kiwi

 •      • Táo

 •      • Dứa

 •      • Dâu tây

 •      • Chuối

 •      • Quả cam

 •      • Anh đào

 •      • Dừa

 •      • Chanh

## 2 Khoanh tròn câu trả lời đúng.

|  | Quả cam - Nho - Chanh - Kiwi |
| --- | --- |
|  | Mâm xôi - Xoài - Dưa hấu - Lê |
|  | Chanh - Dâu tây - Nho - Mận |
|  | Vả - Dứa - Nho - Bơ - Chanh |
|  | Anh đào - Vả - Quả cam - Táo |

## 3 Gạch bỏ kẻ lạ trong mỗi dãy.

| |
| --- |
| Chanh - Dâu tây - Ngô - Dừa - Mâm xôi |
| Dâu tây - Mận - Giày - Xoài - Anh đào |
| Trái cây - Chuối - Quần - Chanh - Dứa |
| Xoài - Nho - Muỗng - Dâu tây - Mâm xôi |
| Táo - Dứa - Kiwi - Đầu bếp - Dứa - Trái cây |
| Mâm xôi - Mận - Dâu tây - Năm - Dưa hấu |
| Chuối - Xoài - Mơ - Kiwi - Đồng hồ - Vả |
| Dâu tây - Quả cam - Trái cây - Bóng đá |

# Vegetables - Rau củ

**1** Điền vào chỗ trống với từ đúng.

Bí ngòi - Bí ngô - Hành - Cà rốt
Cà chua

DUCEN    TOMABO    Oynen

KOERT    ONCODo

**2** Nối từ với hình ảnh tương ứng.

 •    • **Súp lơ**

 •    • **Khoai tây**

 •    • **Ớt chuông**

 •    • **Cà tím**

**3** Đúng hay sai?

 **Ngô**   Đúng ☑   Sai ☐

 **Bắp cải**   Đúng ☑   Sai ☐

**Súp lơ**   Đúng ☐   Sai ☒

**Dưa leo**   Đúng ☐   Sai ☒

Đậu Hà Lan   Đậu Hà Lan

Xà lách   Xà lách   Xà lách

Khoai tây   Khoai tây

Súp lơ   Súp lơ   Súp lơ

# Numbers - Số

① Vẽ một đường để nối số ở bên trái, số lượng con vật ở giữa và từ ở bên phải.

② Đúng hay sai?

**6** •

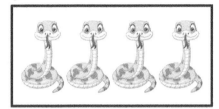

• Bốn

**10** Mười — Đúng ☐ Sai ☐

**2** •

• Sáu

**8** Tám — Đúng ☐ Sai ☐

**4** •

• Một

Mười lăm — Đúng ☐ Sai ☐

**1** •

• Ba

**11** Một — Đúng ☐ Sai ☐

**3** •

• Hai

**9** Chín — Đúng ☐ Sai ☐

**14** •

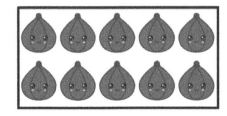

• Mười bốn

**17** Mười bốn — Đúng ☐ Sai ☐

**10** •

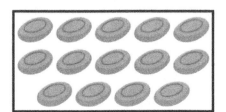

• Mười

**12** Mười hai — Đúng ☐ Sai ☐

**7** Một — Vero ☐ Sai ☐

# Jobs - Nghề nghiệp

**① Nối từ với hình ảnh tương ứng.**

- Thợ cắt tóc
- Giáo viên
- Thợ mộc
- Đầu bếp
- Y tá
- Nông dân

**② Hoàn thành các từ sau.**

_ _ c _ ĩ

_ i _ à _ gi _

_ _ ệ _ ĩ

_ _ n _ _ t

Bác sĩ thú y   Bác sĩ thú y

Thợ làm bánh   Thợ làm

Nhà khoa học   Nhà khoa

Phi hành gia   Phi hành

# Clothes - Quần áo

**1** Điền vào chỗ trống với từ đúng.

Shoe

SKIRT

MITTEN

hat

flipflop

BELT

Watch

Sock

BOOT

Wallet

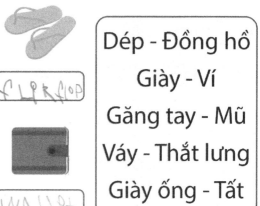

Dép - Đồng hồ
Giày - Ví
Găng tay - Mũ
Váy - Thắt lưng
Giày ống - Tất

**2** Bạn có thể vẽ những bộ quần áo này không?

| | |
|---|---|
| Áo sơ mi | Quần |
| Cà vạt | Áo khoác |
| Váy đầm | Áo choàng |

**3** Gạch bỏ kẻ lạ trong mỗi dãy.

| |
|---|
| Quần - Váy - Quần áo - Dừa - Tất |
| Găng tay - Mũ - Bơ - Áo choàng |
| Tất - Găng tay - Số - Khăn quàng |
| Quần áo - Áo sơ mi - Muỗng - Giày |
| Váy - Bóng đá - Mũ lưỡi trai - Tất |
| Thắt lưng - Xe tải - Giày ống - Mũ |
| Cà vạt - Răng - Tất - Quần áo - Tất |
| Áo khoác - Váy đầm - Quần - Giày |

Bác sĩ thú y   Bác sĩ thú y

Bác sĩ thú y   Bác sĩ thú y

Bác sĩ thú y   Bác sĩ thú y

# Body parts - Các bộ phận cơ thể

1 Điền vào chỗ trống với từ đúng.

Bàn tay - Tai - Mắt - ~~Đầu gối~~ - Cánh tay
Mũi - Bàn chân - Chân - Đầu - Miệng

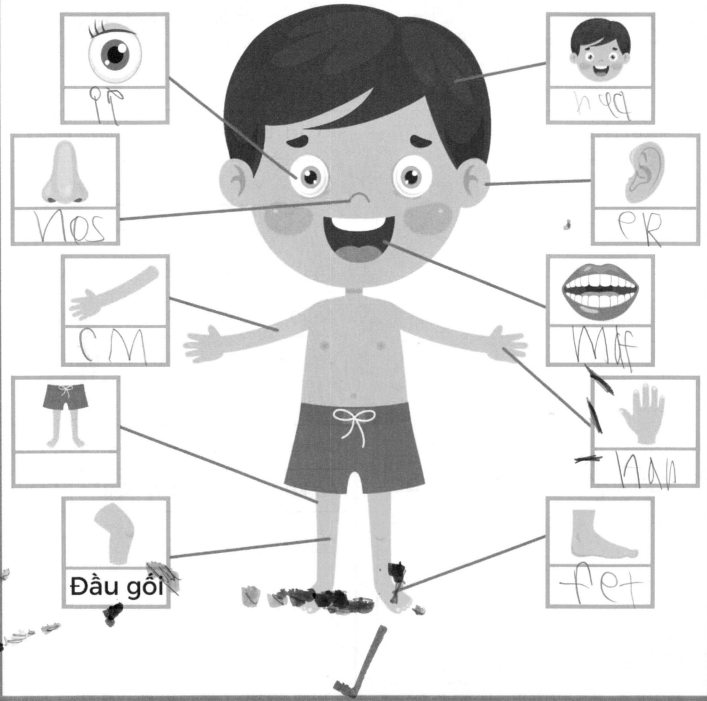

Đầu gối

# Colors - Màu sắc

**1** Đọc và tô màu những quả bóng bay.

**2** Vẽ một đường để nối màu sắc bên trái với từ bên phải.

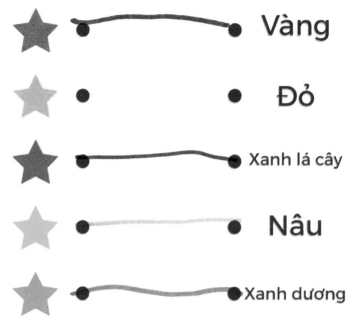

Vàng

Đỏ

Xanh lá cây

Nâu

Xanh dương

Đỏ Đỏ Đỏ Đỏ Đỏ Đỏ

Vàng Vàng Vàng Vàng

Trắng Trắng Trắng

Đen Đen Đen Đen

Nâu Nâu Nâu Nâu

Cam Cam Cam Cam

Tím Tím Tím Tím Tím

# Months - Các tháng

**1** Nối từ bên trái với từ tương ứng bên phải.

| | |
|---|---|
| Tháng Ba ● | ● Tháng Chín |
| Tháng Sáu ● | ● Tháng Tư |
| Tháng Chín ● | ● Tháng Ba |
| Tháng Tư ● | ● Tháng Sáu |
| Tháng Mười Một ● | ● Tháng Mười Một |
| Tháng Một ● | ● Tháng Tám |
| Tháng Tám ● | ● Tháng Năm |
| Tháng Hai ● | ● Tháng Một |
| Tháng Năm ● | ● Tháng Mười Hai |
| Tháng Mười Hai ● | ● Tháng Hai |
| Tháng Bảy ● | ● Tháng Mười |
| Tháng Mười ● | ● Tháng Bảy |

**2** Sắp xếp các tháng trong năm từ tháng Một đến tháng Mười Hai bằng cách gán cho chúng một số từ 1 đến 12.

| | |
|---|---|
| ⑤ Tháng Năm | ◯ Tháng Mười Hai |
| ◯ Tháng Chín | ◯ Tháng Ba |
| ◯ Tháng Bảy | ◯ Tháng Một |
| ◯ Tháng Mười | ◯ Tháng Tám |
| ◯ Tháng Mười Một | ◯ Tháng Hai |
| ◯ Tháng Tư | ◯ Tháng Sáu |

Tháng Một   Tháng Một

Tháng Ba   Tháng Ba

Tháng Tư   Tháng Tư

Tháng Năm   Tháng Năm

Tháng Tám   Tháng Tám

Tháng Mười   Tháng Mười

# Weekdays - Các ngày trong tuần

**1** Nối từ bên trái với từ tương ứng bên phải.

| Thứ Tư • | • Thứ Ba |
| Thứ Bảy • | • Thứ Tư |
| Thứ Ba • | • Thứ Bảy |
| Thứ Sáu • | • Thứ Hai |
| Chủ Nhật • | • Thứ Năm |
| Thứ Năm • | • Thứ Sáu |
| Thứ Hai • | • Chủ Nhật |

**2** Sắp xếp các ngày trong tuần từ Thứ Hai đến Chủ Nhật bằng cách gán cho chúng một số từ 1 đến 7.

| ⑦ Chủ Nhật | ◯ Thứ Bảy |
| ◯ Thứ Hai | ◯ Thứ Năm |
| ◯ Thứ Sáu | ◯ Thứ Ba |
| ◯ Thứ Tư | |

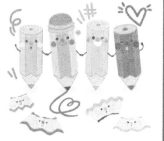

Thứ Hai  Thứ Hai  Thứ Hai

Thứ Ba  Thứ Ba  Thứ Ba

Thứ Tư  Thứ Tư  Thứ Tư

Thứ Năm  Thứ Năm

Thứ Sáu  Thứ Sáu

Thứ Bảy  Thứ Bảy

Chủ Nhật  Chủ Nhật

# Transportation
## Phương tiện giao thông

### ❶ Đúng hay sai?

 Buồn  Đúng ☐  Sai ☐

 Xe đạp  Đúng ☐  Sai ☐

 Thuyền  Đúng ☐  Sai ☐

 Salad  Đúng ☐  Sai ☐

### ❸ Khoanh tròn câu trả lời đúng.

 Giường - Xe hơi - Xe máy

 Xe đạp - Bánh mì - Tàu ngầm

 Cơm - Tàu hỏa - Xe hơi

 Tên lửa - Xe buýt - Ruồi

 Tường - Máy bay - Rau củ

### ❷ Điền vào chỗ trống với từ đúng.

Tàu ngầm - Xe buýt - Thuyền
Máy bay - Tàu hỏa

☐ ☐ ☐

☐ ☐

### ❹ Gạch bỏ kẻ lạ trong mỗi dãy.

| |
|---|
| Xe buýt - Cửa - Xe hơi - Thuyền |
| Sô cô la - Tàu ngầm - Máy bay |
| Tàu ngầm - Tên lửa - Xe hơi - Chăn |
| Tròn - Thuyền - Xe buýt - Tên lửa |
| Xe buýt - Xe hơi - Núi - Xe đạp |
| Sách - Thuyền - Tàu hỏa - Máy bay |
| Tàu ngầm - Va li - Xe đạp - Thuyền |
| Máy bay - Tên lửa - Thứ Tư - Xe đạp |

# Insects - Côn trùng

Chuồn chuồn

Ong bắp cày

Sâu bướm   Sâu bướm

Bọ rùa   Bọ rùa   Bọ rùa

Châu chấu   Châu chấu

Ruồi   Ruồi   Ruồi   Ruồi

Muỗi   Muỗi   Muỗi   Muỗi

Nhện   Nhện   Nhện

Gián   Gián   Gián   Gián

**3** Nối từ với hình ảnh tương ứng.

- Ong bắp cày
- Châu chấu
- Gián
- Muỗi
- Chuồn chuồn
- Bọ rùa

**2** Bạn có thể vẽ những con côn trùng này không?

| Chuồn chuồn | Sâu bướm |

| Bọ rùa | Muỗi |

**4** Hoàn thành các từ sau.

_ _ ỗ _        â _ ư

_ _ ệ _        _ _ _ i

67

# Room - Phòng

**1** Điền vào chỗ trống với từ đúng.

| | | | |
|---|---|---|---|

Rèm cửa - Thảm
Đồ chơi - Đèn
Gối - Chăn
Đồng hồ báo thức
Giường

| | | | |
|---|---|---|---|

**2** Đúng hay sai?

 Tường  Đúng ☐ Sai ☐

 Gối  Đúng ☐ Sai ☐

 Chăn Đúng ☐ Sai ☐

 Đèn  Đúng ☐ Sai ☐

 Thảm  Đúng ☐ Sai ☐

Giường  Giường  Giường

Gối  Gối  Gối  Gối  Gối

Chăn  Chăn  Chăn  Chăn

Đèn  Đèn  Đèn  Đèn

Tường  Tường  Tường

Rèm cửa  Rèm cửa

Đồng hồ báo thức

Thảm  Thảm  Thảm

Đồ chơi  Đồ chơi  Đồ chơi

# Bathroom - Phòng tắm

**1** Điền vào chỗ trống với từ đúng.

Khăn tắm - Dầu gội
Bồn cầu - Xà phòng
Vòi hoa sen - Gương
Bàn chải đánh rang
Kem đánh rang

**2** Nối từ với hình ảnh tương ứng.

- Xà phòng
- Vòi nước
- Kem đánh rang
- Bồn cầu
- Vòi hoa sen
- Dầu gội

Bồn cầu   Bồn cầu

Vòi hoa sen   Vòi hoa sen

Gương   Gương   Gương

Xà phòng   Xà phòng

Khăn tắm   Khăn tắm

Bàn chải đánh rang

Kem đánh rang

Dầu gội   Dầu gội

Vòi nước   Vòi nước

# Organs - Các cơ quan

**1** Gạch bỏ kẻ lạ trong mỗi dãy.

| Tim - Não - Sách - Xương - Thận |
|---|
| Thằn lằn - Gan - Thận - Phổi - Da |
| Máu - Cơ bắp - Bài hát - Phổi - Tim |
| Thận - Xương - Cơ bắp - Đà điểu |
| Tim - Thận - Cơ bắp - Xương - Đỏ |
| Cặp sách - Xương - Cơ bắp - Phổi |
| Cơ bắp - Máu - Khách hang - Não |

**3** Bạn có thể vẽ những cơ quan này không?

| Não | Thận |
|---|---|
| **Xương** | **Phổi** |

**2** Đúng hay sai?

 **Thận** Đúng ☐ Sai ☐

 Tim Đúng ☐ Sai ☐

 **Phổi** Đúng ☐ Sai ☐

 Tim Đúng ☐ Sai ☐

Tim Tim Tim Tim Tim

Não Não Não Não Não

Phổi Phổi Phổi Phổi

Gan Gan Gan Gan

Thận Thận Thận Thận

Da Da Da Da Da Da

Máu Máu Máu Máu

Xương Xương Xương

Cơ bắp Cơ bắp Cơ bắp

# School subjects - Môn học

② Completa le parole seguenti.

__ __ n __ ạ __ 　　 __ __ ị __ l

__ i __ __ c 　　 __ i h __ __ c

[    ]　　[    ]

[    ]　　[    ]

Âm nhạc　Âm nhạc

Mỹ thuật　Mỹ thuật

Khoa học　Khoa học

Toán học　Toán học

Tin học　Tin học　Tin học

Sinh học　Sinh học

Lịch sử　Lịch sử　Lịch sử

Địa lý　Địa lý　Địa lý

Hóa học　Hóa học